सैनिक हो, तुमच्यासाठी...

(भारतीय सैनिकांची पराक्रम-गीते)

आनंद यादव

मेहता पब्लिशिंग हाऊस

- *या पुस्तकातील लेखकाची मते, घटना, वर्णने ही त्या लेखकाची असून त्याच्याशी प्रकाशक सहमत असतीलच असे नाही.*

SAINIK HO TUMACHYASATHI by ANAND YADAV

सैनिक हो, तुमच्यासाठी... : आनंद यादव / बाल-कुमार साहित्य

© स्वाती आनंद यादव
'भूमी', ५ कलानगर, धनकवडी, पुणे-४११०४३.

प्रकाशक : सुनील अनिल मेहता, मेहता पब्लिशिंग हाऊस,
१९४१, सदाशिव पेठ, माडीवाले कॉलनी पुणे – ४११०३०.

मुखपृष्ठ : दर्शना धुमाळ

प्रकाशनकाल : जानेवारी, २००० / एप्रिल, २००२ / ऑक्टोबर, २००६ /
पुनर्मुद्रण : जानेवारी, २०१२

ISBN 81-7766-766-1

अर्पण...

सैनिक हो, तुमच्यासाठी...
हा वीर-फुलांचा हार
तव पराक्रमांची गाथा
राष्ट्राला देते धीर.
बळ पायी तुमच्या आहे
हत्तींचे निश्चल, भव्य
तळहाती तुमच्या नाचे
देशाचे भविष्य दिव्य.
संग्रामी तुमच्या गोळ्या
विजयाची गीते गाती
अन् राष्ट्रीय समरसतेची
दृढ होती इथली नाती.

आनंद यादव

नमनाचे पडघम

स्वातंत्र्याच्या इतिहासाला
अखंड घडवी सुवर्णभूमी
दिव्य संस्कृती इथे नांदते
अनेक वंशी, अनेक धर्मी.
  युरोपातुनी धावत आले
  पोटासाठी अनेक वेडे
  राज्य करूनी निघून गेले
  भरून पोटे, भरून गाडे.
"हिंदू-मुस्लिम भिन्न धर्म हे,
भिन्न संस्कृती, भिन्नच सगळे."
  –जाता जाता सांगुन गेले
  आणि जन्मली विषारी फळे.

भारतमाता अखंड होती
तिचे खंडले दोन्ही हात
तिच्याच मांडीवरी बैसुनी
जन्मा आले पापी पाक.
रक्ताने न्हाऊन निघाली
स्वातंत्र्याची अधली रात
सलत राहिला काटा पायी
अधुनीमधुनी करीत घात.
काश्मिर-भूमी मुकुट शिरीचा
हाव तयाची पाकीस्ताना
दुराग्रहाने लढत राहिले
घेत करूनी कंठस्नाना.
सीमेवरती उडत राहिली
क्षणाक्षणाला घातक गोळी
पाकीस्तानी अन् वैराची
अखंड कटकट आली भाळी.

अनेक गेली वर्षे आणिक अनेक गेल्या राती
पाक धडपडे, तरी येइना काश्मिर-भूमी हाती.
निराश झाली हुकूमशाही, निराश झाले पाक
यूनोमध्ये मागुन पाही पुनः पुन्हा अन् भीक.
परकीयांच्या तुकड्यांवती पुष्ट जाहले श्वान
भुंकत राही भारतभूवर करून ताठर मान.
चोरून नेती गुरे-माणसे, धनधान्याची शेते
उलट्या बोंबा मारत जगभर तरीहि पळती नेते.
घुसती हल्लेखोर पठाणी, भुरटे चोरहि त्यात
दंगेधोपे करू पाहती काश्मिर भूमि अशांत.

महान मंगल देश आपुला शांतीचा जगि दूत
समजावणिचे करी बोलणे, परी न टाकी हात.
धर्मांधाला कुठली दृष्टी, कुठली नीती त्याला?
मिळेल तेथिल मदत घेउनी घालत राही घाला.
धर्माच्या वेडाने त्याची वाढे घमेंड, ताठा
सहन-शक्तिच्या तुटल्या सीमा, बुजल्या शांती-वाटा.
भारत-सीमेवरचे जाई झडून तेव्हा हीव
अशोकस्तंभावरचा उठता जबडा पसरुन सिंह.
सीमेवरची उठली झाडे, डोंगर झाले जागे
पानपान संगीन होउनी धावत गेले वेगे.
लाख पाउले पेटुन उठली लाखजणांची छाती
भारतभूच्या इतिहासाला नवीन चढली कांती.
खुडुन टाकण्या पाकिस्तानी हिंसक जहरी नांग्या
तोफांच्या गोळ्यांसह उठल्या जयघोषाच्या ठिणग्या.
गुरखे, मुस्लिम, शीख, मराठे, मद्रासी अन् जाठ;
अनेक जाती, वंश सर्वही राष्ट्र जाहले एक.
अनेक अर्जुन, अनेक बाजी, अनेक उठले सिंह
पराक्रमांचे छातीवरती मिरवत आले चिन्ह.
कैक विरांनी तानाजीसम रणी ठेविला माथा
त्या शूरांची, त्या छाव्यांची भारत गाई गाथा.

❖

१

गुलाम कादिरची स्वदेशनिष्ठा

'खाग'ग्रामचा गुलाम कादिर चतुर वजिर तो वीर खरा
संघटनेच्या सामर्थ्याने दिधला त्याने शह जबरा.
सैनिकांचिया संगे गेला चढून सगळे दरि-डोंगर
झेप घेउनी काठीसरशी लोळविले अन् हल्लेखोर.
     परि पाकिस्तानी गोळी
     अंधार भेदुनी आली
     अन् गुलाम कादिरची ती
     विर-जवान छाती न्हाली.
     ती रात्र शहारुन जाता
     थरकली तेथली झाडे
     परि पावन झाला गाव
     शत्रूची मोडुन हाडे.

तो भयाण 'हिरवा धोका'
त्या पावन जागृत गावा
दिसताच मोडुनी पुरता
काढिला गनीमी कावा.
ही असली जवान गावे
सीमेवर जागोजागी
म्हणुनीच हिंदवी माता
स्वातंत्र्या अखंड भोगी.

❖

२
हाजीपीरचा सिंह

उरी-पुंच डोंगराळ दुर्गम प्रदेश जंगल दरिखोरी
हाजीपिर खिंडीतुन येउन चाले हल्लेखोरी.
दारूगोळा प्रचंड साठा; केंद्रच पाकी गिधडांचे
सज्ज ठेविले होते सगळे; द्वार जणू ते मरणाचे.
मेजर रणजितसिंग सिंहसा महान युक्तीशाली
अंधारातुन लपत चालला रात्रहि त्याला भ्याली.
सत्तर जवान सैनिक होते त्याच्या मागोमाग
अशी पाउले उचलत जाती; कुणा न यावी जाग.
मुसळधार पाऊस वरूनी, खालुन निसरड झाली
चढणीची ती वाट बिकट अति, कडे खोल अन् खाली.
दारूगोळा तसाच पाठी, तशा बंदुका हाती
खिंड जिंकण्याच्या जिद्दीने पुढे चालली छाती.
सव्विस ऑगस्ट; काळ-रात ती 'साक' पाकचे ठाणे

गाफिल शत्रू तसाच राही, हालचाली ना जाणे.
निकरावरती येउन केला हल्ला रणजीताने.
रणकंदन होऊन रंगली लाललाल ती राने.
सहा तास संग्राम चालला पूर्वा उजळुन आली.
हिम्मत बघुनी बाक-गिधाडे पसार सगळी झाली.
लढून लढून रणजित थकला; तरी चालला पुढती
''हाजीपिर खिंडीला जिंकुन घेइन मी विश्रान्ती.''
रोटी खाई जाता जाता पिऊन घेई पाणी
जवान सैनिक मागुन येती म्हणत मनी जय-गाणी.
सकाळ झाली, दहा वाजले, दुसरे ठाणे आले
'लुडवाली गालि' नाव ऐकता सैनिक अपुले धाले.
करुन अचानक हल्ला त्यांनी काबिज केले तेही
दारूगोळा टाकुन शत्रू पळे दिशांनी दाही.
पुढील हल्ल्यासाठी झाली सोय अनायासे ती
दारूगोळा लावुन पाठी रणजित चाले पुढती.

पोटात पेटली भूक
अन् चालुन थकले पाय
तरि जवान डोंगर चढती
जखमांची बांधित काय.
ती खिंड जिंकल्यावाचुन
खाण्याला वेळच नाही
उभि चढणी अवघड चढले
जय-धुंदित सारुन बाही.
ती चाल आड-मार्गाची
वरि पाउस तशात मोठा
शत्रूच्या जबड्यामध्ये
जाऊन पोचती वाटा.

मधि अनेक तुकड्या करुनी
मोक्यावर ठेवुन देई
अन् निवडक जवान घेउन
हा सिंह निर्भये जाई.
ती पहाट फुटता तिकडे
घातली अचानक झेप
गोंधळला शत्रू सारा
पुरि नव्हती झाली झोप.
गोळ्यावर उडती गोळ्या
जणु लाटा ठिणग्यांच्या त्या
वीरश्री चढलेली अन्
भारतीय संगिन-पात्या.
कुणि पसार दैवे झाले
कुणि अल्लापाशी गेले.
श्रम, जखमा झाल्या कैक
तरि सैनिक अपुले धाले.
क्षण घेता विश्रान्तीला
अवसानहि अंगी आले
रक्ताच्या आंघोळीत
ते तसेच पाणी प्याले.
इतुक्यात इशारा झाला –
अरि फिरून येतो आहे
चाहूल घेत राहून
दबा धरून रणजित पाहे.
गोळ्यांच्या ठिणग्या झडल्या
अरि पुरा गडबडुन गेला
पांढरी निशाणे धरुनी
रणजीता शरणचि आला.

त्या अरीस ठाऊक नव्हते
हातून खिंड गेलेली
ताठ्यात येत असताना
ही त्रेधा-तिरपिट उडली.
खिंडीवर मिळवुन ताबा
रणजीत उभा ऐटीने
तिरंगा फडफडताना
राष्ट्राचे म्हटले गाणे.

❖

३
साहसी कीलर

छांब विभागी हातघाइचे सुरू जाहले युद्ध
रणगाड्यासह पाकिस्तानी हरवुन बसले शुद्ध.
पन्नास पॅटन रणगाड्यांचा धावत आला ताफा
अग्नी ओकित पुढती येती त्यांच्यावरच्या तोफा.
दबा धरूनी भारत-सैनिक चार पाउले सरले
चित्त्यासम अन् झेपा घेउन 'पॅटन-स्मशान' केले.
नाही तुलना पराक्रमाच्या इतिहासाला तेथे
प्राण घेउनी, प्राण देउनी कैक तळपले जेते.
पाकिस्तानी जेट विमाने वीजच ज्यांचा वेग
नभातुनी पळताना येई बहिऱ्यांनाही जाग.
चिलटावाणी सान परंतू गरुड-गतीची बाळे
नॅट विमाने अपुली उडती फोडित शत्रू-डोळे.
घेउन आले झेप पाकचे कोठुन सेबर जेट
दिली नॅटने त्यास अचानक कटु तोफांची भेट.
थेट पाडले तुकडे करुनी, खेळ क्षणांचा दोन
वीर-भारती नेता 'कीलर' 'विमान-दलका प्राण'.

❖

४
महत्त्वाकांक्षी गुरुबक्षसिंग

'कीलर'ने अति साहस करुनी दिले घालुनी युद्धधडे
गुरुबक्षही वीर विक्रमी होते छातीचे निधडे.

सरगोधा विमान-तळ तो
तो पाकिस्तानी नेत्र
टेहळणी सदैव तेथे
करि सावध रडार-यंत्र.
अरि-विमान-ताफा येता
तळ सज्ज होउनी राही
जाताच विमाने तेथे
बळि त्यांचा अवचित घेई.

गुरुबक्षसिंग तो वीर
चवताळुन उठला तेव्हा
बाहेर उसळण्या उग्र
जणु वाट पाहतो लाव्हा.
बसुनीच विमानी राही
ना लागे गोडहि अन्न
आकाशी घेण्या झेप
तो संधी पाहे बाण.
जाहला इशारा आणि
उसळली विमाने चार
घोंगावत अति वेगाने
जा पुढे एकटा पार.
ती जेट समोरुन येता
अति कौशल्याने चुकवी
अन् दिशा धरूनी सरळ
सरगोधी मार्गे धावी.
दिसताच 'तळा'चे रान
घेतले विमानाखाली
पाहताच शत्रूनेही
अग्नीची वृष्टी केली.
वीराच्या छातीला पण
दावणे मान्य ना पाठ
तो तसाच खाली येई
जिद्दीने राहुन ताठ.
झडपला विमानासह अन्
त्या रडार-नेत्रावरती
ध्वनि धडाड स्फोटक होता
जय फुलला गात्रांवरती.

उसळला अग्निचा सिंधू
पसरल्या चहुकडे ज्वाला
विजयाने जळता जळता
गुरुबक्ष अंतरी धाला.
उद्ध्वस्त जाहले रान
गड सरहि नेमका झाला
परि लाखलाख मोलाचा
गुरुबक्षसिंह रणि पडला.

५

पॅटनचे गंडस्थळ फोडणारा छावा

कसूरक्षेत्री धावत आले पाकिस्तानी रणगाडे
हटवित, रेटित भारत-फौजा चाल चालती उन्मादे.
अंगावर क्षण घेउन शत्रू भारत घेई माघार
प्रतिकारास्तव व्यूह बांधला करुनि मनाचा निर्धार.
रणगाड्यांच्या धुंद टेकड्या डागत येता तोफांना
निकरावरती येउन लढण्या आज्ञा झाल्या फौजांना.
उठली राने, उठली झाडे येत भारती रणगाडे
चार बाजुंनी हल्ले चढता पुरता मध्ये अरि कोंडे.
हातघाइची होय लढाई खच प्रेतांचा पदोपदी
तरी न हटती फौजा अपुल्या, पायांखाली रक्त-नदी.

खवळल्या शत्रु-सैन्याला
नच उरले काही भान
रणगाडे धावत येती

अन् घेति अचानक प्राण.
धुर अस्मानाला जाई
त्या उडता अरिच्या तोफा
अन् पुढेच येती गाडे
सैन्याचा घेउन ताफा.
परि हटला भारत नाही
तो तिथेच ठाकुन राही
निकराच्या हल्ल्यासाठी
सारली शेवटी बाही.
तो अब्दुल हमीद मोठा
धीराचा हवालदार
मोर्च्यावर खंबिर ठाके
दे टोले वारंवार.
सैनिका धीर देऊनी
हल्ल्यावर चढवी हल्ले
ना जुमानिता त्यांनाही
ते धावत आले किल्ले.
सावरून हँडग्रेनेड
मग सरला हळूच पुढती
दणक्यात पाडला गाडा
तेलाची फोडुन टाकी.
ते धूड तिथे ढासळता
वेगाने दुसरा आला
अवधान राखुनी तेव्हा
अब्दूल बाजुला सरला.
मग अचुक नेम साधूनी
फेकला बाँब त्यावरही
तोडली साखळी-चक्रे

रक्तात भिजे पण बाही.
ते दुसरे धूडहि तेथे
पडताच धावले तिसरे
तो जखमी वीरहि तेव्हा
भिजलेली बाही सारे.
कौशल्ये घेउन गोळा
बळ एकवटूनी हाती
त्या पॅटन सैतानाच्या
खच्चून मारला माथी.
त्या भयाण दणक्यासरशी
हो स्फोट आतल्या आत
अन् अल्लासदनी गेले
जे सैनिक होते त्यात.
घ्यावया श्वासही आता
मोकळा वेळ ना त्याला
तो चौथा राक्षस मोठा
धावून अचानक आला.
सावधान होउन तोच
हातात घेतला बॉंब
परि प्राणघातकी गोळ्या
चिंधडून गेल्या अंग.
तरि पॅटन तीन गजांना
चारूनी भारत-माती
अब्दूल 'परम-वीर' तो
तनु ठेवी धारातीर्थी.

❖

६
रामसिंहाची वीर-झेप

'बरकी' गावा जिंकुन घेण्या आज्ञा झाली सैन्याला
पाय रोवुनी शत्रू होता त्या मोक्याच्या ठाण्याला.
जेट विमाने, रणगाडे अन् तोफांचा हो भडिमार
आगीमध्ये सैन्य राहिले लढत, खाय ना परि हार.
रामसिंह तो रामबाणसम शस्त्र तयाचे पराक्रमी
रणगाड्यांचा धुव्वा उडवी परि शत्रू नच त्यास नमी.
हडियाराच्या रानामध्ये घोर माजला संग्राम
इंचाइंचासाठी शत्रू अर्पित होता शत-प्राण.
जवान अपुले अनेक गेले तिथे मिळे त्या वीरगती
निकरावरती सगळे आले तरीहि होईना प्रगती.
काळोखाची रात्र पसरली युद्ध सुरू तरि अंधारी

रामसिंह तो पुढे जावया साथीदारा हाकारी.
सभोवार ते पडती गोळे आणि लागती रण-आगी
मित्र हरपले जिवलग दोन्ही क्षण किंचाळुन त्या जागी.

ढवळला क्रोध रामाचा
खवळला आणि तो वाघ
घन-अंधारातुन जाई
काढीत शत्रुचा माग.
चालला सरपटत पुढती
तो भुजंग महाविषारी
शत समोर पडती गोळे
तरि घेईना माघारी.
प्रतिकार जिथे जोराचा
त्या ठाण्याच्या रोखाने
घेऊन पाठिशी गोळे
तो कूच करी धीराने.
टप्प्यात शत्रु तो येता
फेकले धडाधड बाँब
अन् पाचहि बंकरमधुनी
शत्रूने केली बोंब.
कडकडल्या कोटी गोळ्या
धडधडल्या साऱ्या तोफा
तो रामसिंह एकाकी
अन् भवती शत्रू-ताफा.
गोळ्यांना झेलत त्याने
भिरकले हातचे गोळे
त्या जबऱ्या माऱ्यासरशी
गडबडुनी शत्रू लोळे.

खिंडार पाडले मोठे

जरि तोफांचा वर्षाव

अन् हां हां म्हणता घुसल्या

निज फौजा घेण्या गाव.

काळ-रात्र ती संपुन जाता पहाट झाली विजयाची

रक्ताने तो वीर नाहला चाळण झाली देहाची.

रामसिंह तो दिसे पहुडला चिरनिद्रेच्या स्वाधीन

गच्च पकडली तरीहि होती बंदुक आणिक संगीन.

अर्धे शरीर जळले होते तरी मुखावर आनंद

अभिमानाने गर्जत होते मंत्र एक जणु 'जयहिंद'.

तट पोलादाचा ऐशा

त्या निधड्या छातीमधुनी

त्या साठ निघाल्या गोळ्या

रक्ताचे पिउनी पाणी.

बा राम आणखी सिंह

एकत्र जाहले येथे

या भारतभूमीमध्ये

शत असे निपजती जेते.

७

रणगाड्यावरचा रणवीर कर्नल तारापोर

पश्चिम पाकिस्तानी फिलोरा गाव महत्त्वाचे ठाणे
तेथे हल्ला करण्या केला बेत भारती सेनेने.
'पूना हॉर्स' पलटण अपुली कर्नल तारापोरांची
सज्ज जाहली घन-काळोखी करुन तयारी जोराची.
दारूगोळा प्रचंड घेउन शत्रुस पाजाया पाणी
रणगाड्याच्या बुरुजांमध्ये सैनिक बसले वीरमणि.
करुन मांडणी हुकुम सोडले सूत्रे घेउन स्वत:कडे
रणगाड्यावर कर्नल बसता सैन्य चले वेगात पुढे.
अरिस लागता चाहुल आले असंख्य गाडे चालूनी
पहाट होता तोंड लागले तोफा उठल्या गडगडुनी.
जुने आपुले आणि चिमुकले साधे साधे रणगाडे,

महाभयंकर शत्रूचे पण पोलादाचे जणु वाडे.
दळे थडकली आघाडीवर होय लढाई घनघोर
रणगाड्यावर उघडा राहुन कर्नल सैन्या दे धीर.
पाकिस्तानी रणगाड्यांनी आग ओतली भयंकर
तरी चालती सैनिक अपुले पुढे पुढे ते धुरंधर.
आणि गाठले गाव फिलोरा हल्ले चढवुन परोपरी
कंबरडे मोडून काढले अर्धामेला करुन अरि.
रणगाड्यावर खडेच कर्नल आज्ञा देती पुनःपुन्हा
पडती गोळे समोर येउन परंतु नाही तमा मना.
बघता बघता जवळ अदळला मोठा गोळा जोराने
खांद्यामध्ये शिरून तुकडे, अंग माखले रक्ताने.
तरीहि सोडी तशाच आज्ञा रणगाड्यावर राहून
पलटणीसवे पुढेच जाई हात उराशी घेऊन.
दुसऱ्या दिवशी पुढच्या गावी 'वझीर वालिस' चाल करी
वाढत होते शत्रू-हल्ले तरी जाहली मात खरी.
रणगाड्याच्या पुढ्यात पुन्हा गोळा येउन धडाडला
वीर आतले वरी फेकले परंतु गाडा सावरला.
पुन्हा फाटली जखम कालची, रक्त वाहिले भळाभळा
परि शत्रूवर कर्नल ठेवी दुर्बिणीतुनी स्थिर डोळा.
करून कडवा हल्ला केले वझीर वाली काबीज
निघून गेला चिडून शत्रू उडून गेली अन् नीज.
निरोप गेला, 'वझीरवाली सर झाले, बीमोड पुरा.'
उत्तर आले, 'बतूर-डोग्राडीवर पुढती चाल करा.'
एका जागी आला होता चिडलेला अरि परी पुढे
कठीण होते पुढे चालणे परंतु कर्नल ते निधडे.
तसूतसूने जिंकित भूमी युद्ध चालले घनघोर
क्षणाक्षणाला जवान पडती तरी ढळेना निर्धार.
पॅटनची ती मर्मस्थाने अचूक हेरुन टिपताना

एकहि गोळा व्यर्थ न जाई कौशल्याने लढताना.
इकडे-तिकडे धुडे राक्षसी पॅटनची ती पडलेली
चक्रे, टाक्या, तशा साखळ्या रेवडि त्यांची उडलेली.
निकरावरती आली सैन्ये ताफ्यावरती ताफा
रणगाड्याला भिडले गाडे, तोफांना अन् तोफा.
हातघाइचे बाँबहि पडले भयाण रणसंग्राम
धूळ-धुराने रान कोंदले रक्त आणखी घाम.
विजयाचा क्षण समीप आला, शत्रूही कच खाय जरा
जिद्दहि होती सर्व सैनिकां अन् तशीच तारापोरा.

ती नशा शूर सैन्याला
चढलेली मर्दुमकीची
परि अशा क्षणांच्या वेळी
चालते मजा नियतीची.
त्वेषाने म्हणती कर्नल
'या, हाणा, मारा, घाला.'
इतुक्यात अरीचा गाडा
गाड्यावर धावून आला.
धडकले धूड सैतानी
चिमुकल्याच गाड्यावरती
झोकांड्या खाल्ल्या तरिही
कर्नल स्वत: सावरती.
त्या पाच-दहा फूटांत
रणगाडाही सावरला
इतक्यात दुजा त्यावरती
धडधडाऽड येउन पडला.
ही जबरी बसली धडक
अन् फिरुन हदरला गाडा
चपलता करूनी तरिही

सरसावे कर्नल तगडा.
झणि भारतीय बाण्याच्या
धूम धडाऽड उडल्या तोफा
तदि पॅटन उलथे पडले
कायमच्या घेण्या झोपा.
तरि एक तोफ धडधडली
ती पाकिस्तानी क्रूर
गाड्यावर गोळा पडला
करण्याला चक्काचूर.
दणदणला सगळा गाडा
तो घावच वर्मी बसला
ते सहस्त्र तुकडे अंगी
शिरताच सिंह कोसळला.
परि परम-वीर शूराने
संग्राम जिंकिला तेव्हा
'नउ' देऊन गाडे अपुले
'साठांचा' केला धुव्वा.

❖

८

बालकरामचा पराक्रम

भारत-फौजा चाल करूनी सरती वर सरहद्दीने
लाहोराच्या तटबंदीवर धडका देती जिद्दीने.
आकाशातही नॅट विमाने, हंटर घिरट्या द्रुत घेती
सामुग्रीच्या साठ्यांवरती अगणित गोळे बरसवती.
लष्कर-तळही ध्वस्त करूनी परतुन येती विजयाने
परंतु प्रगती भूमीवरती होई इंचाइंचाने.
रणगाड्यांचे प्रचंड राक्षस, प्रचंड तोफा धडधडती
वरी विमाने सेबर, फायटर, स्वनातीत अन् घरघरती.
इचोगीलच्या प्रवाहातुनी वाहे शीतल जरि पाणी
काठांवरती पेटत होता दाहक गोळ्यांतुन अग्नी.

पिल बॉक्सेस जणु वज्रच अरिचे बाले किल्ले पोलादी
तोफा-गोळे, बंदुक गोळ्या व्यर्थ अदळती अल्लादी.
त्या किल्ल्यांना लहान खिडक्या जणु मृत्यूचे ते डोळे
मशीनगनचा मारा करता क्षणात पलटण पुरि लोळे.
दारूगोळा सुसज्ज होता त्या किल्ल्यांतुन दिमतीला
आव्हानच ते जणू भारती सर्व विरांच्या हिमतीला.
स्टेनबंदुका आसपास ना थरकू देती कोणाला
लाटामागुन येती लाटा शत ठिणग्यांच्या त्या माला.
इचोगीलच्या तटी सांडती सडे भारती रुधिराचे
अनेक दिन ते तसेच जाता भान हरपले वीरांचे.
गती खुंटली होती सगळी समोर होती पिलबॉक्स
बळी शेकडो सैनिक घेऊन टाकित अग्नीचा श्वास.
...मृत्यूच्या त्या कराळ दाढेकडे सरकतो कोण असा?
जमिनीसंगे सरकत जाई काय असे हा खुळा-पिसा!
जणू घोरपड तानाजीची सिंहगडी लागे चढण्या
नख्या रोवुनी पुढे सरकते करुन मोकळा पथ देण्या.

अंगावरुनी गोळ्या जाती
चाटुन सर्पाचे जणु दात
फिकीर नाही परंतु त्याची
पुढेच सरके त्याचा हात.
अगदी किंचित उरता अंतर
हळुच काढला त्याने बॉंब
नेम धरूनी खिडकीमधुनी
टाकून देऊन गेला लांब
धडाऽड झाला स्फोट भयानक
बालेकिल्ला गडगडला
शत्रूसह आतील मसाला

चिंध्या होउन वर उडला.
पराक्रमी तो वीर भारती
नेमामध्ये राघव राम;
'वीर-चक्र' छातीवर मिरवे
नाव परंतु 'बालकराम'
वाट मोकळी झाली आणिक सैनिक शिरले भराभरा
तुंबळ होउन युद्ध, मिळाला त्या दिवसाचा विजय पुरा.

❖

९

शिंगारसिंगाची टेहळणी

मोर्च्यामध्ये होते सावध शत्रू-सैनिक शांतपणे
हळू सरकुनी पुढे चालला शिंगारसिंग धीटपणे.
करून यावे हळु टेहळणी घेउन यावे चाहूल
हीच मनीषा मनी धरूनी उचले हळुहळु पाऊल.
बराच पुढती तसाच गेला निर्भिडतेने एकाकी
तोच अचानक बूट वाजले शत्रू त्याला अन् गाठी.
कानोसा घेऊन तयाने सावरली बंदूक
झुडुपांमधुनी आठ निघाले एकापाठी एक.
प्रसंग बाका, घात जाहला बंदुक शस्त्रही साधे
आठ जणांचा आणि गराडा एकाकी हा मध्ये.
हळूहळू ते चालत येती बंदुक रोखुन त्यावरती

वाटत होते त्यांना तेव्हा पत्करील हा शरणगती.
पण पंजाबी रक्तात
त्या पाच नद्यांचे पाणी
अन् मिशीत होता ताठा
शूराचा हिंदुस्थानी.
भरलेल्या बंदूकीवर
कर घट्ट जाहले तेव्हा
लवते न नेत्रिचे पाते
इतुक्यात उडाला धुव्वा.
खडखडा झाडिल्या गोळ्या
अति अचुक साधुनी नेम
अन् चारजणांना तेथे
जमिनीवर केले लांब.
दुसराही फेरा सुटला
बंदूक पुन्हा खडखडली
अन् दोन जणांची प्रेते
धुरळ्यात पडुन तडफडली.
उरलेले दोघे वीर (!)
भन्नाट पळूनी गेले
शिंगारसिंगही हसुनी
स्वस्थानी परतुन आले.
मित्रांना येउन जेव्हा
सांगती फुलवुनी वार्ता
गप्पांत रंगली रात्र
आनंदे हसता हसता.

❖

१०
चक्रधर मेजरसिंह

नकाशातुनी फिरल्या नजरा नव्या योजना सुरु होती;
'बरकीवरती चढवा हल्ले' हुकुम हवेतुन वर जाती.
कर्तृत्वाला नवीन अवसर मिळता जवान मनि धाले
व्यूह रचूनी दिवसा-रात्री चतुर नीतिने रण चाले.
आघाडीवर लढण्या सेना मदत तियेला सतत हवी
रणसाहित्या वाहुन नेण्या वाहनांना ये जिद्द नवी.
शस्त्र-वाहतुक करण्यासाठी 'मेजरसिंहा' सांगितले
घेउन अपुली ट्रक आवडती हर्षभरे तिज भूषविले;
''आज जायचं बरकीवरती आणि उद्या गं लाहोरी
स्वप्न मनीचे समोर आले, शस्त्रांसह हो सोमोरी.
सांभाळुन गं काम बजावू वेळेवरती जाऊन
फिरून येऊ आघाडीवर वेग पुरा अन् घेऊन.
अनेक केल्या खेपा आपण अनेक केल्या मौजा

तुला पाहता आनंदति लढणाऱ्या अपुल्या फौजा.''
गाडीसंगे ऐशा केल्या अनेक गोष्टी त्याने
शस्त्रे भरता तीहि निघाली, घुरघुर गाई गाणे.
रस्त्यावरती अनेक धोके, कैक सुरुंगहि होते
अनेक वेळा गोळ्या येउन गाडी खाई गोते.
आकाशातुन उग्र विमाने टपून घेती झेपा
कधी अचानक जमिनीवरती भयाण उडती तोफा.
मशीनगनचा होई मारा, रणगाड्यांची आग
परी न पर्वा करता धावे गाडी घेउन वाघ.
एकच होती जिद्द तयाची 'शस्त्रे नेउन देणे.'
सभोवारच्या आग-वृष्टिला म्हणून तो नच जाणे.

वर्षाव अग्निचा वाढे
परि धावे गाडी त्यात
दुर्दैव धावुनी आले
अन् घुसली गोळी एक.
रक्तात नाहली मांडी
तरि चक्र न सुटले करिचे
भरवेगे धावे गाडी
वर पडती गोळे अरिचे.
ट्रक भडकुन लागे आग
तरि पुढेच वेगे धावे
मनि इच्छा एकच होती
–साहित्य सैनिका द्यावे.
परि पुन्हा बरसल्या गोळ्या
देहाची चाळण झाली
भोवती वेढुनी आग
सर्वांग पूर्ण ती जाळी.

परि पुढती पुढती धावे
ट्रक अग्निच होउन सारा
वैऱ्याच्या मदतीलाही
अन् धावुन आला वारा.
नेमक्या ठिकाणी आली
ट्रक धावत धावत पण ती
तदि मेजर सिंहाची ती
जळणारी फुलली छाती.
नच जखमी गात्री त्राण
उतरण्या खालती तेव्हा
गाडीतच जळुनी जाई
तो भारत भूचा छावा.
तनु जळून राखहि झाली
परि चक्रावर स्थिर बोटे
...कर्तव्य पाडले पार
मनि उदंड उदंड वाटे.
ही देशावरची निष्ठा
बा पृथ्वीच्या तोलाची
कितितरी वेचिली ऐशी
तनु-फुले लाख मोलाची.

अनेक अर्जुन, अनेक बाजी, अनेक ऐसे सिंह
पराक्रमाचे छातीवरती मिरवुन गेले चिन्ह.
ज्या वीरांनी तानाजीसम रणी ठेविला माथा
आदरभावे त्या अर्पी मी ओबड-धोबड गाथा.

❖

मुलांच्या मनावर सत्याचा झळझळीत संस्कार करणारी कथा

सूर्यास्त

वि. स. खांडेकर

'सूर्यास्त' हा मराठी साहित्यातील श्रेष्ठ लेखक कै. वि. स. खांडेकर यांचा कुमारवयातील मुलांसाठीचा कथासंग्रह.

खरं-खोटं, सुष्ट-दुष्ट यांच्या संघर्षात अंतिम विजय सत्याचाच असतो, हेही कालातील सत्य आहे; कोणतीही शक्ती - मग ती कितीही बलाढ्य का असेना - सत्याला जिंकू शकत नाही; सत्य आपल्या आत्मतेजानं झळाळत असतं आणि ते अंगिकारलं, तर 'अस्त'सुद्धा 'सूर्यास्ता'सारखा लखलखीत असतो, हे तत्त्व लेखक वि. स. खांडेकर आपल्या कथांतून वाचकांच्या मनावर ठसवतात; आणि जीवनातल्या उच्च मूल्यांची वाचकांच्या मनात प्रतिष्ठापना करतात.

त्यासाठी ते अस्सल आणि बेगडी, श्रेष्ठ आणि कनिष्ठ समोरासमोर ठेवतात. कधी आपल्या परखड लेखणीने ते खोट्या - ढोंगी प्रतिष्ठेचे मुखवटे फाडतात; तर कधी उपरोधाने खोट्याचा खोटेपणा ठळक करून सत्याचा उद्घोष करतात, तर कधी रूपककथांतून सहजतेने जीवनाचं मर्म उलगडून दाखवतात. रूपककथा हे कै. वि. स. खांडेकर यांच्या लेखनाचे सामर्थ्य आहे, हे या कथांतून प्रत्ययास येते.